GUSTO KONG MAGSABI NG TOTOO

Shelley Admont
Sa Pagguhit nina Sonal Goyal at Sumit Sakhuja

Copyright©2015 by S. A. Publishing
www.sachildrensbooks.com

All rights reserved. No part of this book may be reproduced in any form or by any electronic or mechanical means, including information storage and retrieval systems, without written permission from the publisher or author, except in the case of a reviewer, who may quote brief passages embodied in critical articles or in a review.

First edition, 2016

Translated from Englsih by Melissa S. Lobo
Isinalin mula sa wikang Ingles ni Melissa S. Lobo

I Love to Tell the Truth (Tagalog Edition)/ Shelley Admont
ISBN: 978-1-77268-347-9 paperback
ISBN: 978-1-77268-513-8 hardcover

Although the author and the publisher have made every effort to ensure the accuracy and completeness of information contained in this book, we assume no responsibility for errors, inaccuracies, omission, inconsistency, or consequences from such information.

Para sa mga pinakamamahal ko—S.A.

Isang napakagandang araw ng tag-init. Maliwanag ang sikat ng araw. Maririnig mo ang huni ng mga ibon. Abala naman sa pagbisita sa mga makukulay na mga bulaklak ang mga paru-paro at bubuyog.

Ang munting kunehong si Jimmy ay naglalaro ng bola sa kanilang bakuran, kasama ang kanyang dalawang nakatatandang kapatid. Ang kanilang ina ay abala sa pagdidilig ng kanyang paboritong mga daisy.

"Mag-ingat kayo at baka matamaan ninyo ang mga bulaklak ko, mga anak," sabi ni nanay.

"Oo naman po nanay," sagot ni Jimmy.

"Huwag po kayong mag-alala nanay," sabi naman ng panganay na kuneho. "Ligtas ang mga daisy mo sa amin."

Bumalik na sa bahay si nanay kuneho habang ipinagpatuloy ng magkakapatid ang paglalaro sa bakuran.

"Oy, iba naman ang laruin natin ngayon," sabi ng panganay na kapatid ni Jimmy habang iniikot ang bola.

"Anong laro?" tanong ni Jimmy.

Sandaling nag-isip ang panganay na kuneho. "Ihagis natin sa ere ang bola at paunahan tayong makasalo."

"Gusto ko iyan," masayang sabi ni Jimmy.

"Magsimula na tayo," bulalas ng pangalawang kapatid ni Jimmy. "Ihagis niyo na ang bola."

Malakas na inihagis sa ere ng panganay na kuneho ang bola.

Silang lahat ay tumingin sa taas ng nakanganga habang ang malaking kulay kahel na bola ay lumipad sa ere. Ilang sandali pa, nagsimula na itong mahulog sa lupa.

Iniunat nila ang kanilang mga braso at mariing hinintay na mahulog ang bola.

Nang mahuhulog na ang bola sa lupa, tumakbo ang panganay na kuneho upang saluhin ito.

Sa isang iglap, paabanteng tumalon si Jimmy at inabot ang bola bago pa man ito makuha ng kanyang mga kuya. "Hurray! Nanalo ako!"

Nagtatalon siya sa tuwa at nag-umpisang magtatakbo sa bakuran sa sobrang kasiyahan.

Nang bigla siyang natapilok sa isang maliit na bato at sumalpak sa lupa… sa mismong gitna ng paboritong mga *daisy* ng kanilang nanay.

"Aray!" sigaw ni Jimmy habang iniaangat ang kanyang ulo mula sa basang lupa.

Agad siyang tinulungang makatayo ng kanyang panganay na kuya. "Jimmy, nasaktan ka ba?" tanong niya.

"Hindi… Sa palagay ko ay ayos lang ako," sabi ni Jimmy.

Malungkot na pinagmasdan ng tatlong kuneho ang paboritong mga daisy ng kanilang nanay, na ngayon ay sira sira na. Ang ilan sa mga ito ay naputol pa.

"Hindi matutuwa si nanay kapag nakita niya ito," mahinang bulong ng panganay na kuneho.

"Sigurado iyon," sang-ayon ng pangalawang kapatid ni Jimmy.

"Pakiusap, pakiusap, huwag ninyong sasabihin kay nanay na ako ang gumawa nito. Pakiusaaaaap…" pagmamakaawa ni Jimmy habang dahan dahang lumalayo sa mga nasirang daisy.

Nang mga sandaling iyon, tumatakbong dumating ang kanilang nanay mula sa kanilang bahay. "Mga bata, anong nangyari? May narinig akong sumigaw kanina lang. Ayos lang ba kayo?"

"Ayos lang kami, nanay," sabi ng panganay na kuneho. "Pero ang iyong mga bulaklak…"

Napansin ng nanay nila ang nawasak na mga bulaklak. Napabuntong-hininga siya. "Paano ito nangyari?" tanong niya na bagsak ang balikat.

"Yung mga alien," mabilis na sagot ni Jimmy. "Nagmula sila sa… roon…" Itinuro niya ang langit. "Nakita ko silang naglalakad sa ibabaw ng iyong munting hardin ng mga daisy. Totoo, nanay."

Itinaas ni nanay kuneho ang kanyang kilay at tinignan sa mata si Jimmy. "Alien?"

"Opo, at lumipad na sila paalis sakay ng kanilang spaceship."

Napabuntong-hininga ulit ang kanyang nanay. "Mabuti naman at lumipad na sila paalis," sabi niya, "dahil ngayon ay oras na ng hapunan. Huwag ninyong kalimutang hugasan ang inyong mga kamay. At Jimmy…"

"Po, nanay," sabi ni Jimmy.

"Hugasan mo na rin ang iyong mukha," dagdag ni nanay kuneho.

Habang naghahapunan, napakatahimik ni Jimmy. Hindi siya kumportable. Hindi siya makakain at makainom. Ni ayaw niyang tikman ang kanyang paboritong cake.

Nang gabing iyon, hindi makatulog si Jimmy. Parang may mali. Pagbangon, pumunta siya sa kama ng kanyang panganay na kuya.

"Oy, tulog ka na ba?" bulong niya.

"Anong nangyari, Jimmy?" inaantok pang sabi ng kanyang kuya habang dahan dahang minumulat ang mga mata. "Bumalik ka na sa iyong kama."

"Hindi ako makatulog. Naiisip ko ang mga bulaklak ni nanay," mahinang sabi ni Jimmy. "Sana naging maingat ako."

"Oh, aksidente lang iyon," sabi ng panganay na kuya ni Jimmy. "Huwag kang mag-alala. Bumalik ka na sa pagtulog mo!"

"Pero dapat hindi na lang ako nagsinungaling kay nanay," sabi ni Jimmy na hindi umaalis sa kama ng kanyang kuya.

Umupo sa kanyang kama ang panganay na kuneho. "Oo," sang-ayon nito. "Dapat ay sinabi mo na lamang ang totoo."

"Alam ko," sabi ni Jimmy na nagkibit-balikat. "Ano na ang gagawin ko ngayon?"

"Sa ngayon ay matulog ka na muna. At bukas ng umaga ay sabihin mo kay nanay ang totoo. Payag ka ba?"

Kinaumagahan, maaga siyang nagising, tumalon mula sa kanyang kama at patakbong hinanap ang kanyang nanay. Nasa bakuran ito.

"Nanay," tawag ni Jimmy. "Ako po ang nakasira sa iyong mga bulaklak, hindi ang mga alien." Tumakbo siya sa kanyang nanay at niyakap ito.

Niyakap din siya ng kanyang nanay at nagsabing, "Napakasaya ko at sinabi mo na ang totoo. Alam kong hindi madali ngunit ipinagmamalaki kita, Jimmy."

"Pakiusap, huwag na po kayong malungkot. Mag-iisip tayo ng paraan," sabi ni Jimmy.

Ipiniling ni nanay kuneho ang kanyang ulo. "Hindi ako nalulungkot dahil sa mga bulaklak. Nalungkot ako dahil hindi mo sinabi ang totoo."

"Patawad, nanay," sabi ni Jimmy. "Hindi na ako magsisinungaling ulit."

Pagkatapos mag-almusal, si Jimmy at kanyang tatay ay bumili ng mga binhi ng daisy at sama-sama nilang itinanim ang mga iyon.

Natutunan ni Jimmy na sa pagsasabi ng katotohanan, sasaya siya at ang kanyang pamilya. Kung kaya't mula noong araw na iyon ay lagi na siyang nagsasabi ng totoo.

www.ingramcontent.com/pod-product-compliance
Lightning Source LLC
LaVergne TN
LVHW072000060526
838200LV00010B/246

9 781772 685138